0

zero

số không

10

ten

mười

20

twenty

hai mươi

30

thirty

ba mươi

40

forty

bốn mươi

50

fifty

năm mươi

60

sixty

sáu mươi

70

seventy

bảy mươi

80

eigthy

tám mươi

90

ninety

chín mươi

100

one hundred

một trăm

1000

one thousand

một ngàn

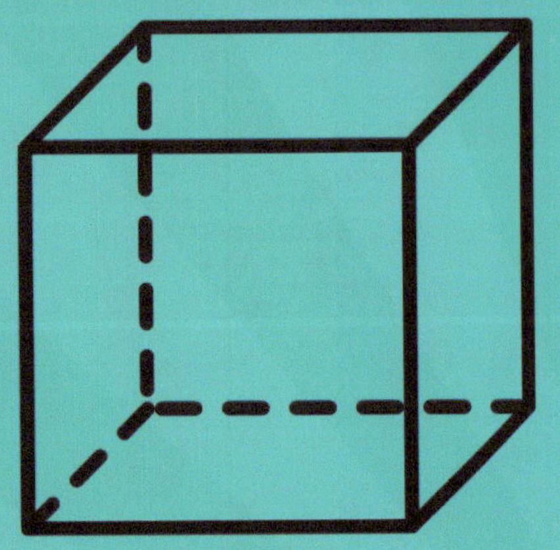

cube

khối lập phương

block

khối

ice cube

cục đá

caramel

caramen

sugar

đường

dice

xúc xắc

gift box

hộp quà

cardboard box

hộp các tông

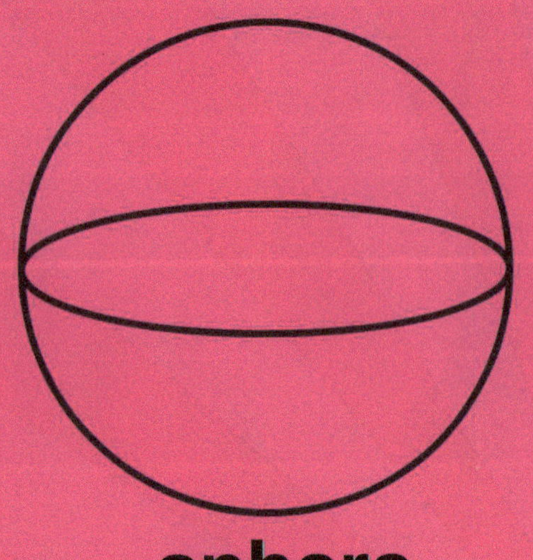

sphere

hình cầu

ice cream scoop

viên kem

pearl

ngọc trai

bubble

bong bóng

marbles

bi

planet

hành tinh

snowball

quả cầu tuyết

tennis ball

bóng tennis

cylinder

hình trụ

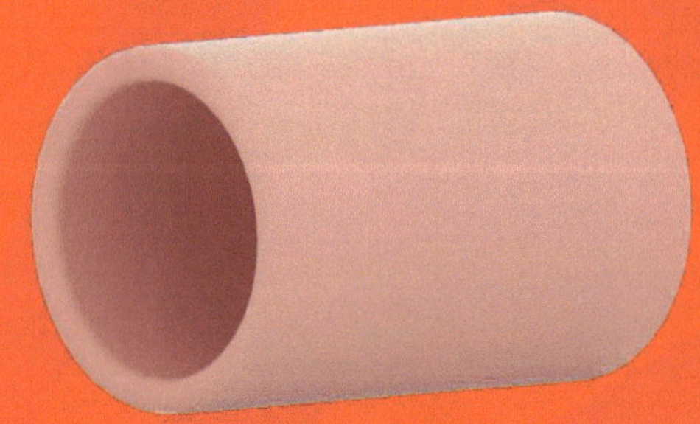

tube

ống

batteries

pin

thread spool

ống chỉ

cinnamon

quế

rolling pin

cây cán bột

sausage

xúc xích

hay bale

bó rơm lớn

cone

nón

road cone

cọc tiêu chóp nón

ice cream cone

kem ốc quế

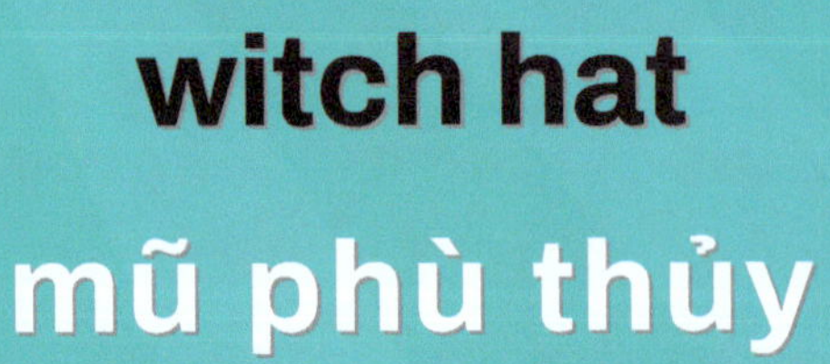

witch hat

mũ phù thủy

dungeon

tháp canh

fir tree

cây thông

party hat

mũ tiệc

snail

ốc sên

blackberry

dâu đen

currant

lý chua

clementine

quýt

durian

sầu riêng

dragon fruit

thanh long

jackfruit

mít

star fruit

khế

asparagus

măng tây

radish

củ cải

red bean

đậu đỏ

turnip

cây củ cải

cassava

sắn

sweet potato

khoai lang

chickpeas

đậu gà

eagle

đại bàng

bat

dơi

beaver

hải ly

flamingo

hồng hạc

raven

con quạ

blackbird

chim két

blue tit

sẻ ngô xanh

magpie

chim ác là

swallow bird

chim én

lark

chim sơn ca

parakeet

vẹt đuôi dài

woodpecker

chim gõ kiến

peacock

công

parrot

vẹt

toucan

chim tu căng

stork

cò

coral

san hô

sea anemone

hải quỳ

sea urchin

nhím biển

seahorse

cá ngựa

clownfish

cá hề

goldfish

cá vàng

crab

cua

hermit crab

cua ẩn sĩ

dolphin

cá heo

narwhal

kỳ lân biển

octopus

bạch tuộc

squid

con mực

whale shark

cá mập voi

orca

cá voi sát thủ

blue whale

cá voi xanh

beluga whale

cá voi trắng

hammerhead shark

cá mập đầu búa

white shark

cá mập trắng

lemon shark

cá mập chanh

tiger shark

cá mập hổ

grasshopper

châu chấu

caterpillar

sâu bướm

scorpion

bọ cạp

lizard

thằn lằn

dinosaurs

khủng long

black hair

tóc đen

ginger hair

tóc đỏ

brown hair

tóc nâu

blond hair

tóc vàng

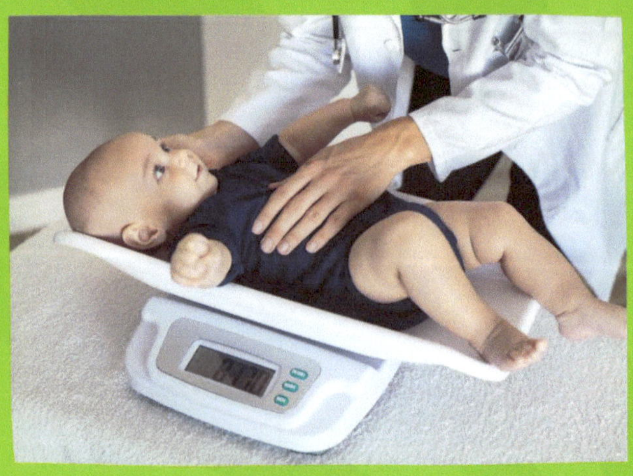

scale

cân

hospital

bệnh viện

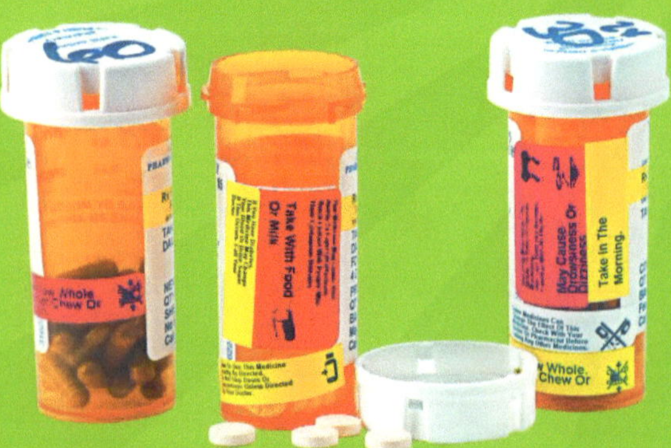

medicine

thuốc

thermometer

nhiệt kế

bandage

băng

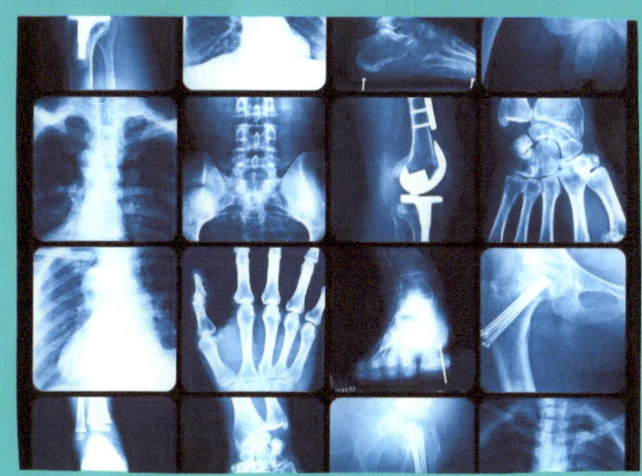

x-ray

hình ảnh X-quang

doctor

bác sĩ

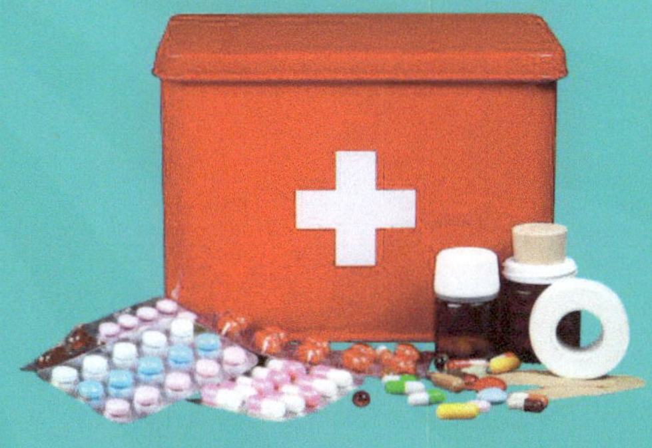

first aid kit

bộ sơ cứu

play

chơi

draw

vẽ

count

đếm

write

viết

dancing

nhảy

swimming

bơi

skiing

trượt tuyết

basketball

bóng rổ

tennis

quần vợt

ping pong

bóng bàn

soccer

bóng đá

horse riding

cưỡi ngựa

ice hockey

khúc côn cầu trên băng

judo

judo

boxing

quyền anh

running

chạy bộ

baseball

bóng chày

cricket

cricket

rugby

bóng bầu dục

volleyball

bóng chuyền

maracas

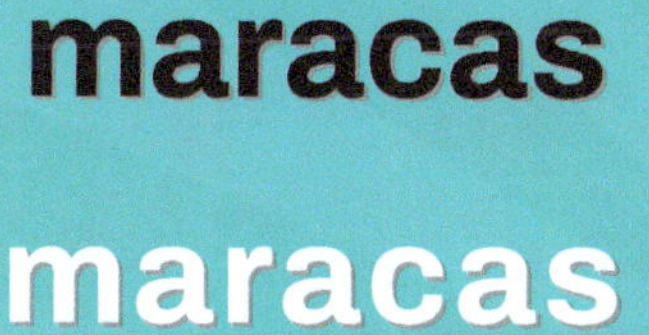

maracas

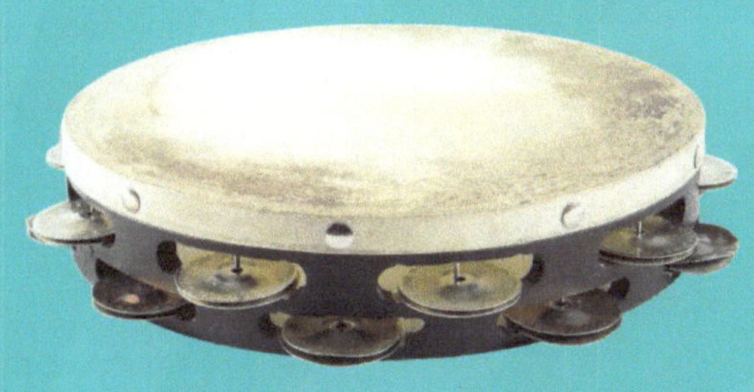

tambourine

lục lạc

xylophone

mộc cầm

violin

đàn vĩ cầm

piano

đàn piano

guitar

đàn ghi ta

cello

đàn cello

harp

đàn hạc

drum

trống

djembe

trống djembe

drum kit

bộ trống

trumpet

kèn trumpet

horn

kèn cor

saxophone

kèn saxophone

flute

sáo

headphone

tai nghe

sing

hát

sheet music

bản nhạc

microphone

micro

www.ingramcontent.com/pod-product-compliance
Lightning Source LLC
LaVergne TN
LVHW071652180726
843512LV00002B/433